உறவுகள் நட்புகள்

தெய்வானை கோபாலகிருஷ்ணன்

ISBN 979-8-89929-348-1

முன்னுரை

என் பெற்றோர்களின் உடன் பிறந்தவர்கள் மற்றும் அவர்களின் ஒன்று விட்ட உறவுகள்.

என் கஷ்ட காலத்தில் உடன் இருந்த அண்ணன், தம்பி, கணவன், மகன், மாமன் மகள், பெற்றோர் மற்றும் தோழர்கள், தோழிகள், தோழனின் மனைவி மற்றும் தோழனின் அம்மா.

என்றும் அன்புடன்

கோ. தெய்வானை.

எனக்கு பிடித்த வாசகங்கள்:

- ஆண்டவனே நம்ம பக்கம் இருக்கான்.

- எல்லாம் நன்மைக்கே.

- எண்ணம் போல் வாழ்க்கை.

- வரலாறு மீண்டும் நிகழும்.

- இப்படி சுத்துற கடிகார முள் அப்படியும் சுத்தும்.

- என்னோட மதிப்பு ஒரு நாள் புரியும்.

- எனக்கும் ஒரு காலம் வரும்.

என்னைப் பற்றி

வீரம் நிறைந்த "திருநெல்வேலி" சீமையில்
பிறந்த "வீரத் தமிழச்சி"."செந்தூர்" மண்ணில்
பொறியியல் கணிணியியலில் பட்டம்
பெற்றேன். "தோட்ட" நகரம் மற்றும் "சிலிகான்
சிட்டி" என்று அழைக்கபடும் பெங்களூரில்
வாழ்கிறேன். உடல் நலக்குறைபாட்டின்
போது மிகுந்த மன உளைச்சலின் காரணமாக
இருக்கும் போது எனக்கு பக்க பலமாக இருந்த
ஐந்து தோழர்கள் மற்றும் தோழிகளுக்கு
கவிதை வடித்தேன். என் இரண்டு தோழர்களின்
ஊக்குவித்தலாலும், எனது கணவரின் பெரும்

உறுதுணையிலாலும், அவரது கனவு புத்தகமாக

எனது எழுத்தோவியம் வெளிவர வேண்டும்
என்ற ஆசையின் இந்த கவிதை தொகுப்புகள்.
அனைத்து வயதினரும் எளிமையாக படிக்கும்
வகையில் வடித்தது. எனது மனதில் பட்ட,
எனக்கு தெரிந்த தமிழில் பார்த்து, ரசித்து,
உணர்ந்து இக்கவிதை தொகுப்புகளை
எனது வாழ்வில் இருந்த அனைவருக்கும்,
இறைவனுக்கும் நன்றி கலந்த வணக்கத்துடன்
சமர்பிக்கிறேன்.

என்றும் அன்புடன்

கோ. தெய்வானை.

பொருளடக்கம்

அம்மா

அம்மா...

உன் பாசத்திற்கு அளவே இல்லை.

உன் கண்டிப்பு எரிச்சல் மிக்கதாக

இருந்தாலும் பின்னாளில்

அது நன்மையே...

உன் பிரார்த்தனை, கருணை, அக்கறை,

ஆறுதல், அணைப்பு, பரிதவிப்பு,

கண்ணீர், தியாகம்...

அனைத்துமே உணர்ந்தது...

நான் "அம்மா" என்ற ஸ்தானம்

பெற்ற போது...

"அம்மா" நீ ஒரு "பெண் தெய்வம்"

"போற்றுதலுக்குரியவள்"...

பல்லாண்டு வாழ்க நீங்கள்...

அப்பா

அப்பா...

என்றுமே குடும்பத்திற்காக
ஓயாமல் உழைப்பவர்...
உன் தெய்வ பக்தியும் ஒழுக்கமும்
வணக்கத்துக்குரியது...
சில நேரத்தில்
உன் அன்பின் வெளிப்பாடு

o கண்ணீராகவும்...

o கோபமாகவும்...

o சண்டையாகவும்...

o மௌனமாகவும்...

o பெருமையாகவும்...

o உதவியாகவும்...

o பக்தியாகவும்...

o தவிப்பாகவும்...

இப்படி நீண்டு கொண்டே போகும்...

"அப்பா" என்றுமே நீ ஒரு "ஆண் தெய்வம்"

"மரியாதைக்குரியவர்"...

பல்லாண்டு வாழ்க நீங்கள்...

கணவன்

கணவன்...

நீ எனக்கு கிடைத்தது கடவுள்
(கபாலீஸ்வரர்) கொடுத்த பூமாலையில்
தான்...

என்றுமே எனக்கு - உறுதுணையாக...

என் ஆசைகளை நிறைவேற்றி...

என் தோள் கொடுக்கும் தோழனாக...

என் கனவுகளை உற்சாகப்படுத்தி...

உயிரோட்டம் அளித்த அன்பு உள்ளமாக...

நான் நினைப்பதை வாய்மொழியாக

சொல்லும் மாயாஜாலனாகவும்...

என்னை உயர்த்தி பார்த்து

மகிழ்விப்பதும்...

பல நேரங்களில் என்னை புரியாமலும்...

என்னை அழ வைப்பதிலும்...
சில இடங்களில்
என்னை விட்டு கொடுத்தும்...
சில இடங்களில்
என்னை விட்டுக் கொடுக்காமலும்...
இப்படி என்னை புரிந்தும், புரியாமலும்...
எனக்காக பல நேரங்களில்
நான் செய்யும் இம்சைகளை பொறுத்தும்...
எனக்கு பிடித்ததை செய்தும்...
எனக்கு பிடிக்காததை செய்தும்...
இப்படி பட்டியல் பல பல...
என்றுமே!
நீ எனக்கு கடவுள் அருள்
புரிந்த உள்ளம்.

குழந்தை

குழந்தை...

நீ எனக்கு கடவுள் கொடுத்த வரம்...
ஏழு வருடம் கழித்து கிடைத்த
பொக்கிஷம்...
பல நேரங்களில் நீ வேறு வீட்டில்
பிறந்திருக்கலாமோ என்று
நினைப்பதுண்டு...
நீ எங்களால் பட்ட வேதனைக்கு...
ஆனால்...
பல நேரங்களில் உன்னை பார்க்க
எனக்கு பிரமிப்பாக இருக்கும்
என்னே! உன் அன்பு...
என்னே! உன் கருணை...
என்னே! உன் அறிவு...

என்னே! உன் குணம்...

என்னே! உன் ஆறுதல்...

என்னே! உன் அணைப்பு...

என்னே! உன் சாகசம்...

என்னே! உன் கோபம்...

என்னே! உன் பக்தி...

இப்படி சொல்லிக் கொண்டே போகலாம்...

உனக்கு எல்லோருடைய ஆசீர்வாதமும்

கிடைத்து (இருக்கு)... இறைக் குழந்தையை...

என்றுமே நீ என் "பொக்கிஷமான வரம்"...

அண்ணன்

அண்ணன்...

இந்த வார்த்தையைச் சொல்லி

என்றுமே உன்னை அழைத்ததில்லை...

கணேஷ்...கணேஷ் என்று தான்...

எப்போதும் என் மீதான அன்பை

பெரியதாக நீ வெளிப்படுத்தியதில்லை...

பிறர் சொல்லித்தான் தெரியும்

என் மீதான உன் அன்பு...

ஆனால்...

உற்ற நேரத்தில் உன் துணையும்,

அறிவும், ஆலோசனையும், அன்பும்,

அக்கறையும், உரிமையும்...

எனக்கு மிகவும் பக்க பலமாக...

ஆயிரம் யானை கொண்ட பலமாக

அமைந்தது...

அதற்கு "நன்றி" என்ற சொல்லை

விட வேறு என்ன !?...

எப்போதும் உனக்காக, உன் குடும்பத்திற்காக

செய்யும் பிரார்த்தனை மட்டும் தான்

கூடுதலாக அதில் அன்பையும், பக்தியும்

கலந்து...

சிறு வயது முதல் இப்போது வரை

என்னை வம்புக்கு இழுப்பதும்...

உன் உரிமைக்காக என்னை வைத்து

அம்மாவிடம் நீ சண்டையிடுவதையும்...

பிறரிடம் நீ செய்யும் உதவியும்...

"கணேஷ்" என்றாலே அனைவருக்கும்

பிடித்தமானவனாக பிரமிக்க

வைக்கும் அன்பின் எல்லையாக...

உன் கடமை உணர்ச்சியும்...

உன் கண்ணியமும்...

உன் பக்தியும்...

உன் பாசமும்...

வார்த்தைகள் இல்லை...

என்றுமே நீ என் "வழிகாட்டியாக"...

அண்ணன் – 2

அண்ணன் 2...

> என் சித்தியின் மகன்
>
> o மிகவும் புத்திசாலி...
>
> o ஒரு புத்தகப்புழு...
>
> o மேடை நாடகம் என்றால் பிரியம்
>   (கிரேசி மோகன், காத்தாடி ராமமூர்த்தி)
>
> o பாசக்காரன்...
>
> o சேட்டைக்காரன்...
>
> என் இக்கட்டான நேரத்தில்...
>
> எனக்காக பிராத்தனை செய்தவன்,
>
> உன் இறையன்பு என்னை காத்தது...

அண்ணன் – 3

அண்ணன்

என் கணவனின் அத்தை மகன்

எனக்கு அண்ணன் முறை

- இவர் ஒரு மருத்துவர்

- எப்போதுமே எனக்கு ஒரு

  ஆபத்துபாண்டவராக...

- ஒரு ஆலோசகராக...

- ஒரு நலம் விரும்பியாக...

- அக்கறையானவராக...

- "திரௌபதிக்கு" ஒரு "கிருஷ்ணன்"

  போல் எனக்கு இவர்

எனது அனைத்து இக்கட்டான நோய்

உச்சத்தின் போது எனக்கு

உறுதுணையாக, பக்க பலமாக,

அன்பாக, அக்கறையாக இருந்தவர்.
என்றுமே உங்கள் உதவி
மறக்க முடியாதது...
"நன்றி" மட்டுமல்ல என் பிராத்தனைகள்
என்றுமே உங்களுக்கும், உங்கள்
குடும்பத்தினருக்கும்.

அண்ணன் – 4

அண்ணன்...

இவன் என் சித்தப்பா மகன்

இக்கட்டான நேரத்தில்

வந்து உதவிய அன்பன்...

o மிகவும் அறிவானவன்...

o கலை நயம் உடையவன்...

o அளுத்தக்காரன்...

o நேர்மையானவன்...

o தெளிவானவன்...

o வெளிப்படையானவன்...

எதுவானாலும் முருகனை மட்டும் நினைத்துக்

கொள் என்று அறிவுரை அளித்தவன்...

எதைப் பற்றியும் கவலைப்படாதே

நானும் உன் அண்ணனும்
பார்த்துக் கொள்வோம் என்ற
நம்பிக்கையும், தைரியமும் கொடுத்தவன்...
என்றுமே என் "அன்பான அண்ணன்" நீ...

தம்பி

தம்பி...

என் சித்தி மகன்

என் இக்கட்டான நேரத்தில்

என் கூடவே இருந்த அன்பு தம்பி

o சிறுவயது முதல் உன் மீது
  அளவில்லா பிரியம்

o எனக்கு மிகவும் பிடித்த தம்பி

o பொறுமையாக என்
  பக்கத்தில் இருந்து எனக்கு
  ஆலோசனை சொன்ன தம்பி

o என் வருத்தத்தை எல்லாம்
  கேட்டவன்.
  உற்ற நேரத்தில் பெரும் பலமாக
  இருந்தவன்..

- என்னை மரியாதைக்குரியவளாக ஆக்கினான் அவன் மகன் பெயர் சூட்டும் விழாவில்... (மிக்க மகிழ்ச்சி)

- எனக்காக பிராத்தனை செய்தவன். என்றுமே என் அன்பு தம்பியாக, பிரியமான தம்பியாக நினைவில் நீங்கா இடமாக...

மாமன் மகள்

<hr>

மாமன் மகள்...

- என் தாய் மாமா மகள்
- சிறு வயது முதல் நம் உறவு
  அலாதியானது...
- புத்திசாலி...
- பாடல் என்றாலே இவள் தான்...
- சகலகலாவல்லி...
  அனைத்துமே சிறப்பாக செய்ய
  வேண்டும் இவளுக்கு...
- பாசக்காரி...
- பொறுமையானவள்
- உண்மையானவள்
  என் இக்கட்டான நேரத்தில் என்
  அருகில் இருந்து எனக்கு
- ஆலோசகராகவும்...

o தோழியாகவும்...

o என்னை நன்றாக புரிந்தும்...

o என் கண்ணீரை துடைத்தும்...

o என்னை ஊக்குவித்தும்...

o அறிவுறுத்தியும்...

o உதவியாகவும்...

எனக்காக பிராத்தனை செய்தும்...

என்றுமே என் தோழியாக...

தம்பி

✦

தம்பி...

மாமன் மகளின் கணவன்
இவரும் என் இக்கட்டான நிலையில்
எனக்கு உறுதுணையாக இருந்தவர்...
என்றுமே உங்கள் உதவியை
மறக்க இயலாது...
உங்கள் அன்பும், அக்கறையும்,
உதவியும் என்றுமே ஒரு
பொக்கிஷமான நினைவுகள்...
நன்றி மட்டும் பிராத்தனைகள் பல பல
என்றுமே நீங்கள் பிரியமான தம்பியாக...

தாய் மாமா

தாய் மாமா...

இந்த உறவிற்கு ஒரு தனி

அன்பு தான்...

தாய் மாமாவிற்கு ஈடு இணையானது

எதுவும் இல்லை...

எனக்கு மூன்று தாய் மாமா...

எனது பிரியத்துக்குரியவர்

என் இரண்டாவது தாய் மாமா

o   இவர் ஒரு பல் மருத்துவர்

o   அனைவருக்கும் பிரியமானவர்.

o   எனது சிறு வயது நாட்கள் விடுமுறை

சனி, ஞாயிறு கூட

இவர் இல்லத்தில் தான்

இவரின் இரு மகள்களுடன் தான்...

பாதி நாட்கள் நானும்
என் அம்மாவும் செல்லும் இடம்
இவர் மருத்துவமனை தான்...
"பல்" எடுப்பதற்காக இல்லை...
அரட்டை அடிக்கவும்,
வேடிக்கை பார்க்கவும்.
அங்கு அருந்திய வடையும்,
சிற்றுண்டியும்
மறக்கவே முடியாது...
இவரின் அன்பும்...
    அக்கறையும்...
    உதவியும்...
    பக்கபலமும்...
    ஆலோசனையும்...
    கோபமும்...
    அறிவுரையும்...
    உபசரிப்பும்...
ஒவ்வொரு பெரிய விடுமுறையிலும்
    மாம்பழம் கொடுப்பதிலும்...
ஒவ்வொரு திரைப்படமும் உங்கள்
    குடும்பத்துடன் பார்த்ததும்...

ஒவ்வொரு பொங்கல் மறுநாள்

உங்கள் கையால் சுண்டைக்கறியும்,

தயிர் சாதமும் அருந்தும் சுவையே
தனிதான்

நீங்கள் ஒரு கே.ஜே. இயேசுதாஸின்
ரசிகன்

அவரின் பக்தி பாடலுக்கு அடிமை...

மறைந்த பாலமுரளி கிருஷ்ணனின்

ரசிகனும் கூட...

உங்கள் பக்தி அளவிட முடியாதது...

என்றுமே எங்கள் எல்லோருக்கும்...

உறுதுணையாக, அன்பாக இருக்கும்

தாய் மாமா நீங்கள் இன்னும்

பல நூறு ஆண்டுகள் வாழ்க...

தாய் மாமா – 2

தாய் மாமா...

- இவர் ஒரு மருத்துவர்
- அமைதியானவர்
- அன்பானவர்
- அக்கறையானவர்
- விவசாய பிரியர்
- புத்தக புழு

இவரது மருத்துவ ஆலோசனையும்,
அக்கறையும் அனைவர்
மீதும் அளப்பரியாதது.
என்றுமே நீங்கள் வழிகாட்டியாக...
பல்லாண்டு வாழ்க...

தாய் மாமா – 3

தாய் மாமா...

- o விவசாய பிரியன்
- o வெளிப்படையானவர்
- o அன்பானவர்

உங்கள் இறைபக்தியும்

ஒவ்வொரு கடவுளைப் பற்றி

  நீங்கள் விவரிக்கும் அழகே தனி தான்...

என்றுமே உங்கள் இறைப்பணி

தொடரட்டும்...

பல்லாண்டு வாழ்க...

பெரியம்மா

பெரியம்மா...

    உன் அன்பின் ஆழம் மிக அழகானது...

    நீ வழி நடத்தும் முறையே ஒரு

    தனிச்சிறப்பு தான்...

    மூத்தவளாக குடும்பத்தில் நின்று

    உன் அதிகார தோரணையும்,

    உன் கிண்டலும்...

    உன் அன்பும்...

    உன் பரிவும்...

    உன் கருணையும்...

    உன் கோபமும்...

    உன் அறிவுரையும்...

    உன் ஆலோசனையும்...

    உன் கலகலப்பான பேச்சும்...

உன் ஆசையும்...

உன் சுறுசுறுப்பும்...

இப்படி எண்ணில் அடங்கா...

என்றும் என் நினைவில்

ரீங்காரமிட்டும் தெய்வமாய்...

சித்தி

சித்தி...

எனது மனதிற்கு மிகவும் நெருக்கமானவள்

கோபக்காரி ஆனால் ரொம்ப பாசக்காரி...

ரோஷக்காரி ஆனால்

கருணை உள்ளம் கொண்டவள்...

அன்பானவள்...

உன் பக்தியும், விரதமும் அளவிட
முடியாதது.

ஒவ்வொரு சங்கடஹர சதுர்த்தியிலும்

நீ போடும் இரட்டை பிள்ளையார்

பூஜை காணொளியும், புகைப்படமும்

அதீத பக்தியை...

என் சிறு வயதில் விடுமுறையில்

உன் வீட்டில் மகிழ்வித்த நாட்கள்

மிகவும் பசுமையானது...
சித்திரை பொருட்காட்சியும்...
சித்திரை திருவிழாவில், சுவாமி, அம்பாள்
வீதி உலாவும்...
உன் சமையல் கை பக்குவமும்...
    உணவகமும்...
    சினிமாவும்...
    உன் உழைப்பும்...
    உன் உபசரிப்பும்...
என் இக்கட்டான காலத்தில் உன்
பெயர் மட்டும் சுற்றி சுற்றி வந்தன...
உன் வாய்ஸ் மெசேஜ் மிகவும்
மிஸ் பண்ணுகிறேன்...
எண்ணில் அடங்கா உன் தைரியமும்,
அன்பும் என்றும் நினைவில்
மட்டுமே...
எத்தனையோ என் வாழ்வில் அனைத்து
நல்ல காரியங்களிலும் உன்
இருப்பிடம்...
உன் ஆசீர்வாதமும், வழிகாட்டலும்
என்றும் தெய்வமாய்...

பெரியப்பாக்கள்

பெரியப்பா...

எனக்கு "நான்கு" பெரியப்பா...
பெரிய பெரியப்பா

○ எங்கள் குடும்பத்தின் ஆணி வேர்

○ எங்கள் வழிகாட்டி...

○ என் அப்பாவின் ஆசான்...
இன்னொரு அப்பா...

○ உங்கள் புத்திசாலித்தனமும்,
உதவியும், கருணையும்
போற்றுதலுக்குரியது...

○ என்றும் குலவிளக்காக தெய்வமாய்

எங்களை வழிகாட்டும் அன்பு உள்ளமாக...

இரண்டாவது பெரியப்பா...

———❖———

o இவர் ஒரு ஆசிரியர்...

o எங்க அப்பாவிற்கு மிகவும் பிடித்தவர்...

o இவர் வழிகாட்டும் ஆசானாய்...

பலரின் வாழ்வை உயரச் செய்தவர்...

என்றும் நீங்கள் தெய்வமாய் ஆசீர்வதித்து....

மூன்றாவது பெரியப்பா...

- o எனக்கு மிகவும் நெருக்கமான பெரியப்பா...

- o இவர் வீட்டில் தங்கி, உணவு உண்டு போகாத நபர்களே கிடையாது...

- o நான் வேலை பார்க்கும் அலுவலகம் இவர் கட்டிடத்தில் தான்...

- o தினமும் நான் இவருடன் உரையாடுவதும்,
  கேலி பேசுவதும், அறிவும், அக்கறையும்,
  கோபமும், அன்பும், உபசரிப்பும்
  அளவிட முடியாதது...

- o கவிதை பிரியன்

- o ஓர் கவிஞன்

- o உமது வரிகள் அனைத்துமே அற்புதமானவை...

என்றுமே எங்கள் நினைவில் வாழும்
தெய்வமாய் பிரியமானவராக...

நான்காவது பெரியப்பா...

* இவர் வீட்டில் தங்கிய நாட்களும்
  (விதைகளை)

தானிய விதைகளை ப்ராஜெக்ட்

வேளையில் ஒட்டியதும்...

* இப்படி பல பசுமையான நினைவுகள்...
* உங்கள் அன்பும், அக்கறையும்,

ஆலோசனையும், சீண்டலும், கேலி
பேச்சும்,

ஒவ்வொரு திருமண சம்பிரதாயத்தின்

வழி நடத்துதலும், உபசரிப்பும், தைரியமும்

அனைத்துமே பக்கபலமாக இருந்தது.

என்றுமே எங்கள் தெய்வமாய்

பிரியமானவராக, பக்கபலமாக...

அத்தை

அத்தை...

> எனக்கு மூன்று அத்தை...
> அதில் இரண்டு அத்தை நினைவில்
> வாழும் தெய்வமாய்...
> முதல் அத்தை
>
> o மதுரை அத்தை என்று தான்
> சொல்லுவோம்
>
> o எங்கள் அப்பா வீட்டில் மூத்தவள்
>
> o என் சிறு வயது விடுமுறை நாட்கள்
> இவர் வீட்டில் இவர்களின் பேரன்,
> பேத்தியுடன் தான்...
>
> o அனைத்துமே இன்றும் பொக்கிஷமாக
> ஒரு பசுமையான நினைவலையை
> கூட்டிச் செல்கிறது...
>
> o என்றுமே உங்கள் சிரித்த முகமும்...

அன்பும், பேச்சும், உபசரிப்பும்
என்றும் நினைவில் வாழும் தெய்வமாய்
உங்கள் அன்பும் ஆசிர்வாதமும் வேண்டும்...

அத்தை

உங்கள் "டான்ஸ் பாப்பா,
டான்ஸ் பாப்பா"
இன்றும் என் செவிகளில் இசைத்துக்
கொண்டே இருக்கிறது...
உங்கள் அன்பும், உபசரிப்பும், உரிமையையும்,
வைராக்கியமும், அக்கறையும், இறை பக்தியும்,
குரலும் என்றுமே நினைவுகளில்
நீங்கா இடம் பிடித்தவை...
நீங்கள் கூறும் "யாரு"? கோபலா"?
இவ என் தம்பி மகள்...
நான் திருவாசகத்து போறேன் வரேளா?
பிஸ்கட் சாப்பிடுறியா? என்ன வேணும்.
லட்டு இருக்கு வேணுமா?
முறுக்கு இருக்கு வேண்டுமா?

காபி குடிக்கிறியா?

இப்படி என்னில் அடங்கா....

உங்கள் பாசமான உபசரிப்புக்கு

வார்த்தைகளால் வர்ணிக்க முடியாது...

என்றுமே உங்கள் பொறுமையும்,

அன்பும், அக்கறையும், தெய்வமாய்

இருந்து எங்களை காக்கும் குணவதியாக.

அத்தை

அத்தை...

    உங்கள் அன்பும்...

    அதிகாரமும்...

    உறுதுணையும்...

    பரிவும்...

    அக்கறையும்...

    உபசரிப்பும்...

    ஆலோசனையும்...

    இப்படி பல எண்ணில் அடங்கா தோற்றமும்...

    என்றுமே நீங்கள் பல்லாண்டு வாழ்க...

சித்தி – 2

சித்தி...

- மிகவும் அன்பானவள்...

- கோபக்காரி... ரோஷக்காரி...

- எதிலும் ஒரு உறுதியாக நேர்த்தியாக

- செயலை செய்யக் கூடியவள்...

- யோகா ஆசிரியை...

- அக்கறையானவன்...

- இறைபக்தி ஆனவள்...

உனது உபசரிப்பும், அதிகாரமும், கோபமும்,

பாசமும், ஆலோசனையும், பக்தியும்,

வைராக்கியமும், சுறுசுறுப்பும்,

கிண்டலும், உதவியும், என்றுமே

அளப்பறியாதது என்றும்

பல்லாண்டு வாழ்க....

சித்தி – 3

உன் இறையன்பும்...

பிரியமும்...

ஓய்வு இல்லாத உபசரிப்பும்...

அக்கறையும்...

பொறுமையும்...

"இசை வண்ண குரலும் அழகு"...

உன் கேலியும், கிண்டலும், பாசமும், ஆசையும்...

நீ சுடும் யானை, பூனை தோசையும்...

அரவணைப்பும்...

கோபமும்...

பேச்சும்...

இப்படி எத்தனையோ

சொல்லிக்கொண்டே போகலாம்

என்றுமே பிரியமானவளாக

பல்லாண்டு வாழ்க...

அத்தான் அல்லது மாமா
(அக்காவின் கணவன்)

மாமா (அக்காவின் கணவன்)...

- இவர் ஒரு மருத்துவர்...
- குழந்தைகளுக்கு மட்டுமின்றி
  பெரியவர்களுக்கும் பார்க்கும் மருத்துவர்...
- பொறுமையானவர்...
- இசைப்பிரியன்...
- பாடகர்...
- எழுத்தாளர்...
- உதவும் கரம் படைத்தவர்...

என் சிறு வயது முதல் இன்று வரை

என் நோய்களுக்கும்...

என்னை சார்ந்தவர்க்கும்

என்றுமே மருத்துவமனையில் உள்ள

மருத்துவர்களை ஆலோசித்து

வழிகாட்டும் வழிகாட்டியாக...உதவியாக...

என்றுமே இருந்ததற்கு "நன்றி"

என்ற வார்த்தை தவிர

என்னிடம் வேறு இல்லை

கூடுதலாக என் அன்பும் பிராத்தனைகள்

உங்களுக்கும் உங்கள் குடும்பத்திற்கும்

என்றுமே உதவி புரியும் வழிகாட்டியாக

பல்லாண்டு வாழ்க...

மாமா
(என் அப்பாவின் அத்தை மகன்)

- இவர் ஒரு மருத்துவர்...
- என் அப்பாவின் அத்தை மகன்...
- என் அப்பாவிற்கு பிரியமானவர்...
- அன்பானவர்...
- உரிமையானவர்...
- ஆலோசகர்...
- உதவி கரம் படைத்தவர்...

"என்னடி வீட்டுக்கே வர மாட்டேங்குற..."

என்று செல்லமாக கோபித்துக்

கொள்ளும் கோபக்காரர்...

என்றுமே எனக்கும் என் குடும்பத்திற்கும்

மருத்துவ ஆலோசகராக, உதவியாக

இருந்ததுக்கு "நன்றி"

என்ற வார்த்தையோடு என் அன்பும்,

பிராத்தனைகளும் உங்கள்

குடும்பத்திற்கும், உங்களுக்கும்...

என்றுமே பிரியமானவராக

பல்லாண்டு வாழ்க...

நட்புகள்

நட்புகள்

என் நெருங்கிய தோழனே!

25 வருட நட்பு...

காலம் எத்தனை வேகமாக செல்கிறது...

பசுமையான பல நினைவுகள்...

சந்தோஷமோ...

துக்கமோ...

உன்னுடன் பகிர்ந்த பல நாட்கள்...

என் இக்கட்டான காலத்தில்

எனக்காக வந்த நண்பனே
(தொலைபேசியில்)

ஏனோ உன்னிடம் பேசினால் தான்

என் உள்ளத்தில் ஓர் மன அமைதி...

இப்போதெல்லாம்...

உன் அன்பு, அக்கறை, அறிவுரை, பரிவு...

என் மீது முன்பை விட அதிகபட்சமாக...
யாரிடமும் உன்னை...
உன் நட்பை விட்டுக் கொடுக்காத நான்...
என்னை வழிநடத்திச் செல்வதிலும்,
என் மனப்போராட்டத்திற்கு மருந்தாகவும்...
உற்சாகப்படுத்துபவனும் நீயே...
இதற்கு மேல் ஒன்று மட்டும்,
வரம் வேண்டும்...
எப்போதும் தோள் கொடுக்கும் தோழனாக...
என் அனைத்து பிறவியிலும்.
என்றும் அன்புடன்
உன் அன்புத் தோழி

நட்புக்கள் – 2

———❈———

பள்ளித் தோழியே...

மிக நெருங்கிய தோழியே...

நம் நெருக்கத்தை, நட்பை

என்ன என்று சொல்வது...

அது ஒருக் கனாக்காலம்...

நமக்குள் கடவுள் போட்ட பந்தம்
எத்தனை!

எண்ணில் அடங்கா தருணங்கள் பல பல...

எதை சொல்வது...

எதை விடுவது...

அனைத்து முக்கிய நிகழ்வுகளிலும்...

என் நிழல் ஆக நீ...

சோர்வுற்ற என்னை சோர்வடையாமல்

செய்ததும் நீயே...

என்னை பல தருணங்களில்

ஊக்கப்படுத்தியதும் நீயே...

என்னை பலமுறை எழ வைத்ததும்
நீயே...

என்னுள் நீயே...

தோழியாகிய நீ பல நேரத்தில்,

ஆசிரியையாக...

ஆற்றல் ஊக்கியாக...

ஆலோசகராக...

இன்னும் பல...

வரம் வேண்டும் தோழியே!

என்றும் மாறாத நம் நட்பு...

பல பிறவியிலும் இப்படியே தொடர...

என்றும் அன்புடன்

உன் அன்புத் தோழி.

நட்புக்கள் – 3

கடவுள் அனுப்பிய அன்பு உள்ளம் நீ...

மறக்கவே முடியாத சிலரை மறக்க வைத்ததும் நீ...

என்னுள் வந்து என் அன்பை வென்றாய்...

வருடங்கள் பல கடந்தன...

மீண்டும் அதே கடவுள் அனுப்பிய அன்பு
உள்ளமாக...

இம்முறை பல தோற்றத்தில் நீ...

மனவேதனைக்கு மருந்தாக...

பொக்கிஷமாக...

அதிசயமாக...

வரமாக...

சந்தோஷமாக...

துக்கமாக...

நல் அதிர்வுகர்களாக...

ராசியாக.... (அதிர்ஷ்ட வசீகரம்)

தோழனாக...

இப்படி பல...

என்னை எழச் செய்ததும் நீ...

என்னை யார் என்று உணர்த்தியதும் நீ...

வார்த்தைகள் இல்லை...

உணர்வு மட்டுமே...

அன்பு உள்ளமே...

(கடவுள் தந்த அன்பு உள்ளமே)

என்றும் என்னுடன்...

எப்போதும்....

என் நலம் விரும்பியாக...

வரம் வேண்டும்.

என்றும் அன்புடன்

உன் அன்புத் தோழி.

நட்புக்கள் – 4

தோழனின் மனைவி
தோழியே...
தோழனுக்கு பொருத்தமான மனைவி நீ...
கடவுள் கொடுத்த அன்பு உள்ளமான
என் தோழனோடு நீயும் கடவுள்
கொடுத்த அன்பு உள்ளம்...
உன்னை முதன் முதலில் பார்த்து...
பழகி...
பேசி...
சிரித்து...
இவை அனைத்தும் ஓர் குறுகிய நேரம் தான்...
ஆனாலும் நீ எனக்கு ஒரு
அன்னபூரணியாக...
பொக்கிஷமாக...

அக்கறை உள்ளவளாக...

அன்பானவளாக...

பாசமான தாயாக...

எனக்கு துணை நிற்கும் அன்புத் தோழியாக...

வெளிப்படையானவளாக...

அனைத்தையும் தருவதில்...

செய்வதில்...

ஆத்மார்த்தமான ஜீவனாக தோன்றுகின்றாய்...

வார்த்தைகள் இல்லை...

பிரமிப்பும்,

அதிசயமும், உணர்வும், மட்டுமே...

என்றும்...

எப்போதும்...

என்னுடன்...

வரம் வேண்டும்...

தோழியாக எனக்கு துணை நிற்பதற்கு...

என்றும் அன்புடன்

உன் அன்புத் தோழி.

தோழனின் அம்மா

◆

தோழனின் அம்மா...
    கடவுள் தந்த அன்பு உள்ளத்தை
    பெற்ற அன்பு அன்னையே...
    மற்றும் ஒரு கடவுள் தந்த
    அன்பு உள்ளம் நீங்கள்...
    அம்மாவாக மட்டுமின்றி எல்லோருடன்
    தோழியாக இருக்கும் அன்னையே...
    உங்களை முதன் முதலில் பார்த்து
    ஆசிர்வாதம் வாங்கிய தருணம்
    என்றுமே என் மனதிற்கு நெருக்கம்...
    என்னுடன் நீங்கள் புகைப்படம் தனியாக
    எடுத்த போதிலும் சரி...
    என் கையை பற்றி கொண்ட போதிலும்
    உங்களின் பாசம் எல்லையற்றதாக...

தாயாக உங்களின் ஓர் உயர்ந்த குணம்,

அனைவரும் மகிழ்ச்சியாக, நன்றாக

இருக்க வேண்டும் என்பதே...

உங்களின் உபசரிப்பு, வழிநடத்துதல்,

அன்பு,

அக்கறை, இறையன்பு,

எளிமையான பேச்சு அனைத்துமே

அற்புதம்...

அன்னையாக...

தோழியாக...

நலம் விரும்பியாக...

வரவேண்டும் தாயே...

எப்போதும்...

என் அனைத்து பிறவியிலும் துணையாக...

பல்லாண்டு வாழ்க நீங்கள்...

நட்புக்கள் – 5

என் நண்பனே!

என் தோழனே!

இத்தனை குறுகிய காலத்தில், நம் நட்பு...

அதன்னை புரிதல்...

என் ரகசியங்கள், சந்தோஷம், துக்கம்.

அனைத்ததும் பகிர்ந்தது உன்னுடன் மிக
ஆழமாக...

பல நேரங்களில் என் அறிவுக்கண்ணை

திறந்த தோழன் நீ...

கடவுள் கொடுத்த அதிசய வரம் நீ...

இல்லை இல்லை அபூர்வ வரம் நீ...

இதற்கு மேல் சொல்ல வார்த்தைகள் இல்லை...

என்றும்...

எப்போதும்...

என்றென்றும்...

இப்படியே...

பல ஜென்மங்கள் ஆனாலும்...

என் தோழனாக,நண்பனாக

வரம் வேண்டும்.

என்றும் அன்புடன்

உன் அன்புத் தோழி.

நட்புக்கள் – 6

தோழனுக்கு மட்டும்தான் கவிதையா?
என்று கோபித்துக் கொள்ளும் தோழிக்காக.
தோழியே...
பள்ளிப் பருவத்தில் இருந்தே நம் நட்பு...
ஏனோ தெரியவில்லை...
பல காரணத்தினாலோ...
நேரத்தினாலோ இடைவேளை நமக்குள்...
ஐந்து வருடத்திற்கு மேல்
தினமும் நம் குறுஞ்செய்திகள்...
எனக்காக என்னிடமே,
சண்டையிடுவதும்.
எனக்காக என்னிடமே
அன்பாகவும், அக்கறையாகவும்,
விளையாட்டாகவும்,சீண்டுவதாகவும்...

இப்படி பல...

என்னை உணர்ந்து...

என்னை நேசித்து...

என் மீது கஷ்டப்பட்டு...

என்னை புரிந்து கொள்ளாமல் சில நேரம்...

இப்படி எத்தனையோ பல தருணங்கள்...

எனக்காக எப்போதும்...

நீ என் அன்பு தோழியாக

என்றும் என் மூச்சிலும், பேச்சிலும்...

என்றும் அன்புடன்

உன் அன்புத் தோழி.